BUSTER

by Linda Jennings

illustrated by Catherine Walters

Translated by Jaspal Singh Grewal

ਜਦੋਂ ਬੱਸਟਰ ਅੱਠ ਹਫ਼ਤਿਆਂ ਦਾ ਸੀ ਉਸ ਨੂੰ ਆਪਣੀ ਮਾਂ ਨੂੰ ਛੱਡ ਕੇ ਇੱਕ ਨਵੇਂ ਘਰ ਜਾਣਾ ਪਿਆ। ਉਹ ਪਹਿਲਾਂ ਥੋੜਾ ਉਦਾਸ ਸੀ, ਪਰ ਛੇਤੀ ਹੀ ਖ਼ੁਸ਼ ਹੋ ਗਿਆ। ਉਸਦੇ ਨਵੇਂ ਪਰਿਵਾਰ ਦੇ ਜੀਆ ਉਸਨੂੰ ਪਿਆਰ ਕਰਦੇ ਤੇ ਸੋਹਣਾ ਕਹਿੰਦੇ ਰਹਿੰਦੇ।

When Buster was eight weeks old he had to leave his mother and go off to a new home. He was a bit sad at first, but he soon cheered up. His new family kept cuddling him and calling him cute.

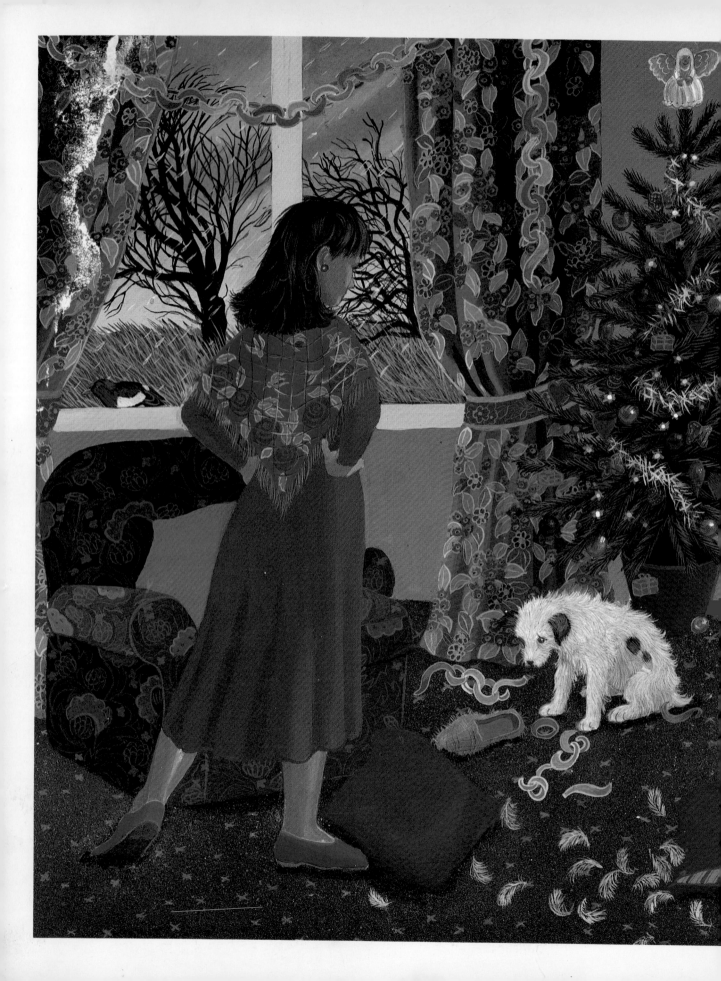

ਜਿਊਂ ਹੀ ਬੱਸਟਰ ਕਤੂਰੇ ਤੋਂ ਛੋਟੇ ਕੁੱਤੇ ਵਿੱਚ ਤਬਦੀਲ ਹੋਇਆ, ਚੀਜ਼ਾਂ ਗਲਤ ਹੋਣੀਆਂ ਸ਼ੁਰੂ ਹੋ ਗਈਆਂ। ਉਹਨਾਂ ਨੂੰ ਖ਼ੁਸ਼ ਕਰਨ ਲਈ ਉਸਨੇ ਬਹੁਤ ਕੋਸ਼ਿਸ਼ ਕੀਤੀ ਪਰ ਉਸਨੂੰ ਇਹ ਪਤਾ ਨਹੀਂ ਸੀ ਕਿ ਕੁਝ ਲੋਕ ਛੋਟੇ ਕਤੂਰੇ ਨੂੰ ਜ਼ਿਆਦਾ ਪਿਆਰ ਕਰਦੇ ਹਨ ਪਰੰਤੂ ਉਹ ਵੱਡੇ-ਕੁੱਤਿਆਂ ਨੂੰ ਸਹਾਰ ਨਹੀਂ ਸਕਦੇ ਜਿਹੜੇ ਤੁਹਾਡਾ ਮੂੰਹ ਚੱਟਦੇ ਹਨ ਅਤੇ ਚੀਜ਼ਾਂ ਚੱਬ ਦਿੰਦੇ ਹਨ।
"ਪਾਗਲ ਕੁੱਤਾ!" ਉਹਨਾਂ ਨੇ ਉੱਚੀ ਆਵਾਜ਼ ਵਿੱਚ ਕਿਹਾ "ਉਹ ਆਪਣੀ ਹੈਸੀਅਤ ਤੋਂ ਵੱਧ ਮੁਸੀਬਤ ਹੈ।"

As Buster changed from a puppy into a proper little dog, things began to go wrong. He tried his best to please, but he didn't know that some human beings love small cuddly puppies, but can't stand full-grown dogs who lick your face and chew things up. "Dratted dog!" they shouted. "More trouble than he's worth!"

ਸਰਦੀਆਂ ਦੇ ਇੱਕ ਠੰਢੇ ਦਿਨ ਨੂੰ ਉਸਦੇ ਮਾਲਕ ਬੱਸਟਰ ਨੂੰ ਸ਼ਹਿਰ ਦੇ ਇੱਕ ਹਿੱਸੇ ਵਿੱਚ ਲੈ ਗਏ ਜਿੱਥੇ ਉਹ ਪਹਿਲਾਂ ਕਦੇ ਨਹੀਂ ਗਿਆ ਸੀ। ਉੱਥੇ ਜਾ ਕੇ ਉਹਨਾਂ ਨੇ ਉਸ ਨੂੰ ਕਾਰ ਵਿੱਚੋਂ ਧੱਕ ਕੇ ਬਾਹਰ ਕੱਢ ਦਿੱਤਾ ਅਤੇ ਇੱਕ ਚੌੜੀ ਸੜਕ ਜਿਸ ਤੇ ਭੀੜ ਸੀ ਦੇ ਕੰਢੇ ਤੇ ਛੱਡ ਦਿੱਤਾ।
ਉਹ ਬੱਸਟਰ ਨੂੰ ਹੁਣ ਹੋਰ ਨਹੀਂ ਚਾਹੁੰਦੇ ਸੀ।

One cold winter's day, his owners took Buster to a part of town where he had never been before. There they pushed him out of the car and left him on the edge of a wide busy road. They didn't want Buster any more.

ਸਾਰਾ ਦਿਨ ਕਾਰਾਂ ਭੱਜਦੀਆਂ ਰਹੀਆਂ ਅਤੇ ਕਿਸੇ ਨੇ ਵੀ ਵਿਚਾਰੇ ਬੱਸਟਰ
ਦਾ ਖਿਆਲ ਨਹੀਂ ਕੀਤਾ। ਹਨੇਰਾ ਹੋ ਗਿਆ ਅਤੇ ਕਾਰ ਦੀਆਂ ਬੱਤੀਆਂ ਵੱਡੀਆਂ
ਡਰਾਉਣੀਆਂ ਅੱਖਾਂ ਵਾਂਗੂੰ ਚਮਕੀਆਂ। ਬੱਸਟਰ ਬਹੁਤ ਡਰ ਗਿਆ। ਉਹ ਘਰ
ਜਾਣਾ ਚਾਹੁੰਦਾ ਸੀ - ਪਰ ਘਰ *ਕਿੱਥੇ* ਸੀ?

The cars raced by all day, and nobody noticed poor
Buster. It grew dark, and the car headlights shone
like huge, fierce eyes. Buster was very frightened.
He wanted to go home – but where *was* home?

ਬਿਨਾਂ ਸੋਚੇ ਬੱਸਟਰ ਸੜਕ ਵੱਲ ਭੱਜ ਉੱਠਿਆ। ਚੀਕ! ਧਮਾਕਾ!
ਉਸ ਨੂੰ ਬਚਾਉਣ ਲਈ ਦੋ ਕਾਰਾਂ ਨੇ ਬਰੇਕਾਂ ਮਾਰੀਆਂ, ਪਰ ਉਹ
ਇੱਕ ਦੂਜੇ ਨਾਲ ਟਕਰਾ ਗਈਆਂ। ਦੋ ਗੁੱਸੇ ਵਿੱਚ ਆਈਆਂ ਸ਼ਕਲਾਂ ਨੇ ਕਾਰ ਦੇ ਦੋ
ਸ਼ੀਸ਼ਿਆਂ ਵਿੱਚੋਂ ਬਾਹਰ ਝੁਕ ਕੇ ਕੁੱਤੇ ਨੂੰ ਬੁਰਾ ਭਲਾ ਕਿਹਾ। ਗੁੱਸੇ ਵਾਲੀਆਂ ਆਵਾਜ਼ਾਂ
ਸੁਣ ਕੇ ਬੱਸਟਰ ਨੇ ਉਸ ਪਰਿਵਾਰ ਬਾਰੇ ਸੋਚਿਆ ਜੋ ਉਸਨੂੰ ਛੱਡ ਗਏ ਸਨ।

Without thinking, Buster rushed out into the road.
SCREECH! CRASH! Two cars braked to avoid him,
but hit each other. Two furious heads leaned out of
two wound-down windows and yelled at the little dog.
The angry voices made Buster think of the family who
had abandoned him.

ਉਹ ਇੱਕ ਬਗੀਚੇ ਵਿੱਚ ਚਲਾ ਗਿਆ ਅਤੇ ਲੌਰਲ ਦੀ ਝਾੜੀ ਥੱਲੇ ਕੰਬਦਾ ਹੋਇਆ
ਪੈ ਗਿਆ। ਜਦੋਂ ਉਸਦਾ ਦਿਲ ਧੜਕਣਾ ਹਟ ਗਿਆ, ਬੱਸਟਰ ਉੱਥੋਂ ਬਾਹਰ ਆ ਗਿਆ।
ਸਰਦੀ ਸੀ, ਬਹੁਤ ਸਰਦੀ ਸੀ, ਅਤੇ ਉਹ ਭੁੱਖਾ ਸੀ। ਉਹ ਹੌਲੀ ਦੇਣੇ ਇੱਕ ਘਰ ਦੇ
ਸਾਹਮਣੇ ਬੰਦ ਦਰਵਾਜ਼ੇ ਨੂੰ ਰਗੜਨ ਲੱਗਾ।

He fled into a garden and lay trembling under a
laurel bush. When his heart had stopped thumping,
Buster came out. It was cold, very cold, and he was
hungry. He crept up to the closed front door of the
house and scratched at it.

ਦਰਵਾਜ਼ਾ ਖੁੱਲਿਆ, ਅਤੇ ਇੱਕ ਔਰਤ ਨੇ ਬੱਸਟਰ ਵੱਲ ਦੇਖਿਆ। ਪਰ ਉਸ ਦੇ ਕੁੱਝ ਕਹਿਣ ਤੋਂ ਪਹਿਲਾਂ ਹੀ, ਇੱਕ ਵੱਡਾ ਘੁਰ-ਘੁਰ ਕਰਦਾ ਕੁੱਤਾ ਉਸਦੇ ਪਿੱਛੋਂ ਦੀ ਆਇਆ ਅਤੇ ਆਪਣਾ ਸਿਰ ਬੱਸਟਰ ਦੇ ਮੂੰਹ ਤੇ ਮਾਰਿਆ। "ਚਲਿਆ ਜਾ, ਮੇਰੇ ਦੰਦੀ ਵੱਢਣ ਤੋਂ ਪਹਿਲਾਂ।" ਉਸਨੇ ਗਰਜ਼ ਕੇ ਕਿਹਾ। "ਇਹ ਮੇਰਾ ਘਰ ਹੈ।"

The door opened, and a woman peered down at Buster. But before she could say anything, a huge snarling dog appeared from behind her, and thrust its head into Buster's face. "Clear off, before I bite you!" he growled. "This is *my* home."

ਬੱਸਟਰ ਦੇ ਤੁਰਨ ਤੋਂ ਪਹਿਲਾਂ ਹੀ ਵੱਡੇ ਕੁੱਤੇ ਨੇ ਦੌੜ ਕੇ ਬਗੀਚੇ ਦੇ ਪਿਛਲੇ ਰਸਤੇ ਤੱਕ, ਉਸਦੀ ਛੋਟੀ ਤੇ ਮੋਟੀ ਪੂਛ ਨੂੰ ਵੱਢਦੇ ਹੋਏ ਉਸਦਾ ਪਿੱਛਾ ਕੀਤਾ। ਵੱਡੇ ਕੁੱਤੇ ਦੇ ਦੁਬਾਰਾ ਹਮਲਾ ਕਰਨ ਤੋਂ ਪਹਿਲਾਂ ਬੱਸਟਰ ਮਸਾਂ ਵਾੜ ਦੀ ਇੱਕ ਗਲੀ ਵਿੱਚੋਂ ਦੀ ਬਚ ਕੇ ਨਿੱਕਲ ਗਿਆ।

Before Buster could move, the big dog broke free, and chased him right down the garden path, snapping at his short stumpy tail. Buster just managed to squeeze through a hole in the hedge before the big dog could attack again.

ਬੱਸਟਰ ਕੋਰੇ ਵਾਲੇ ਰਾਹ ਤੇ ਆਪਣੀ ਜ਼ਖਮੀ ਪੂਛ ਨੂੰ ਚੱਟਦਾ ਹੋਇਆ ਬੈਠ ਗਿਆ। ਹੁਣ ਉਸਨੂੰ ਕਿੱਥੇ ਜਾਣਾ ਚਾਹੀਦਾ ਹੈ? ਉਹ ਹੌਲੀ ਹੌਲੀ ਦੌੜਦਾ ਗਿਆ, ਅਤੇ ਇੱਕ ਹੋਰ ਖੁੱਲੇ ਫਾਟਕ ਅੱਗੇ ਝਿਜਕਿਆ। ਉੱਥੇ ਬਾਰੀ ਵਿੱਚੋਂ ਬਹੁਤ ਸਾਰੀਆਂ ਬੱਤੀਆਂ ਦਰਖ਼ਤ ਤੇ ਚਮਕ ਰਹੀਆਂ ਸਨ। ਉਹ ਘਰ ਬਹੁਤ ਖੁਸ਼ ਅਤੇ ਸਵਾਗਤ ਕਰਨ ਵਾਲਾ ਦਿਸਦਾ ਸੀ।

Buster sat on the frosty pavement, licking his sore tail. Where should he go now? He trotted on, and hesitated at another open gate. There were a lot of lights sparkling from a tree in a window. The house looked very cheerful and welcoming.

ਬੱਸਟਰ ਘਰ ਦੇ ਰਾਹ ਤੇ ਤੁਰਨ ਲੱਗਾ,
ਪਰ ਉਹ ਬਹੁਤੀ ਦੂਰ ਨਾ ਜਾ ਸਕਿਆ।
"ਪਿੱਛੇ ਹਟ, ਕਾਲੀ ਅੱਖ!"
ਬੱਸਟਰ ਨੇ ਉੱਪਰ ਦੇਖਿਆ। ਉਸਦੇ ਉੱਪਰ ਕੰਧ ਤੇ
ਇੱਕ ਵੱਡਾ ਡੱਬ ਖੜੱਬਾ ਬਿੱਲਾ ਬੈਠਾ ਸੀ।
"ਮੇਰਾ ਇਲਾਕਾ ਹੈ," ਉਸਨੇ ਗੁੱਸੇ ਨਾਲ ਕਿਹਾ।
"ਪਰੇ ਹਟ ਜਾ।" ਬਿੱਲੇ ਨੇ ਆਪਣੇ ਪੰਜੇ ਖਿਲਾਰੇ ਤੇ ਮੂੰਹ
ਖੋਲ੍ਹ ਕੇ ਆਪਣੇ ਤਿੱਖੇ ਚਿੱਟੇ ਦੰਦ ਦਿਖਾਏ।
"ਠੀਕ ਹੈ," ਬੱਸਟਰ ਨੇ ਹੌਕਾ ਲਿਆ, "ਮੈਂ ਚਲਿਆ ਜਾਂਦਾ ਹਾਂ।"

Buster started to walk up the drive,
but he didn't get far.
"Push off, Blackeye!"
Buster looked up. Sitting on the wall above
him was a large tabby cat.
"My territory," he hissed. "Gerroff." The cat
flexed his claws and opened his mouth,
showing a set of sharp, white teeth.
"OK," sighed Buster, "I'll go."

"ਮੈਨੂੰ ਕੋਈ ਨਹੀਂ ਚਾਹੁੰਦਾ," ਵਿਚਾਰੇ ਬੱਸਟਰ ਨੇ ਸੋਚਿਆ। ਬਰਫ਼ ਪੈਣ ਲੱਗ ਪਈ ਅਤੇ ਬੱਸਟਰ ਦੇ ਸਰੀਰ ਦੇ ਵਾਲ਼ ਗਿੱਲੇ ਹੀ ਗਿੱਲੇ ਹੁੰਦੇ ਗਏ। ਉਸਦਾ ਛੋਟਾ ਸਰੀਰ ਸਰਦੀ ਨਾਲ਼ ਕੰਬਦਾ ਸੀ। ਕੁੱਝ ਲੋਕ ਸੜਕ ਤੇ ਗਾਉਂਦੇ ਜਾ ਰਹੇ ਸੀ। ਜੇ ਉਹ ਉਹਨਾਂ ਨਾਲ਼ ਚੱਲ ਪਵੇ, ਉਹ ਸ਼ਾਇਦ ਉਸਨੂੰ ਦੇਖ ਲੈਣ ਅਤੇ ਘਰ ਲੈ ਜਾਣ। ਉਹਨਾਂ ਤੋਂ ਕਾਫ਼ੀ ਪਿੱਛੇ ਵਾੜ ਦੀ ਛਾਂ ਥੱਲੇ ਉਹ ਉਹਨਾਂ ਦਾ ਪਿੱਛਾ ਕਰਦਾ ਰਿਹਾ।

"Nobody wants me," thought poor Buster. It started to snow, and Buster's fur grew wetter and wetter. His little body shook with the cold. Some people were walking down the road, singing. If he could move along with them, they might notice him, and take him home. Keeping well behind, he followed them, in the shadow of the hedge.

ਗਾਉਣ ਵਾਲੇ. ਘਰ ਦੇ ਇੱਕ ਰਸਤੇ ਵੱਲ ਮੁੜ ਗਏ। ਘਰ ਦੇ ਬਾਹਰ ਇੱਕ
ਗੋਲ. ਚੱਕਰ ਵਿੱਚ ਖੜ ਕੇ ਉਨ੍ਹਾਂ ਨੇ "ਸ਼ਾਂਤ ਰਾਤ, ਪਵਿੱਤਰ ਰਾਤ," ਗਾਇਆ।
ਬੱਸਟਰ ਹੌਲੀ ਦੇਣੇ ਉਨ੍ਹਾਂ ਨਾਲ. ਚੱਲਿਆ, ਸੋਚਿਆ ਸ਼ਾਇਦ ਉਹ ਉਸਨੂੰ ਦੇਖ
ਲੈਣ ਅਤੇ ਦੁਚਿੱਤੀ ਵਿੱਚ ਸੀ ਕਿ ਸ਼ਾਇਦ ਨਾ ਵੀ ਦੇਖਣ।

The singers turned into a driveway. "Silent Night,
Holy Night," they sang, as they stood in a circle
outside the house. Buster crept among them,
wondering if they would notice him, and half
hoping they wouldn't.

ਦਰਵਾਜ਼ਾ ਖੁੱਲ੍ਹਿਆ ਅਤੇ ਬੱਸਟਰ ਨੂੰ ਕੁੱਝ ਸੁਆਦੀ ਚੀਜ਼ ਦੀ ਵਾਸ਼ਨਾ ਆਈ। ਭੁੱਖ ਨਾਲ਼ ਉਸਦੇ ਮੂੰਹ ਵਿੱਚ ਪਾਣੀ ਆ ਗਿਆ। "ਇੱਕ ਇੱਕ ਤੁਹਾਡੇ ਸਾਰਿਆਂ ਲਈ ਹੈ," ਇੱਕ ਆਵਾਜ਼ ਨੇ ਕਿਹਾ, ਅਤੇ ਉਸਦੇ ਹੱਥ ਵਿੱਚ ਇੱਕ ਮਿੰਨਸ ਪਾਈਆਂ ਦੀ ਪਲੇਟ ਸੀ।

"ਧੰਨਵਾਦ, ਮਿਸਟਰ ਮੈਰੀਡਿਊ," ਗਾਉਣ ਵਾਲ਼ਿਆਂ ਨੇ ਕਿਹਾ।

"ਅਤੇ ਇੱਕ ਛੋਟੇ ਕੁੱਤੇ ਲਈ ਹੈ," ਉਸਨੇ ਕਿਹਾ।

The door opened, and Buster could smell something delicious. He dribbled with hunger.
"One for each of you," said a voice, and a hand held out a plate of mince pies.
"Thank you, Mr Merrydew," said the carol-singers.
"And one for the little dog," he added.

ਛੋਟਾ ਕੁੱਤਾ? ਸਾਰਿਆਂ ਨੇ ਪਿੱਛੇ ਮੁੜ ਕੇ ਦੇਖਿਆ,
ਅਤੇ ਫਿਰ ਉਹਨਾਂ ਨੇ ਆਪਣੇ ਪੈਰਾਂ ਵੱਲ ਦੇਖਿਆ।
ਬੱਸਟਰ ਨੇ ਉਹਨਾਂ ਵੱਲ ਉੱਪਰ ਨੂੰ ਦੇਖਿਆ, ਉਸਦੀਆਂ
ਅੱਖਾਂ ਵਿੱਚ ਭੁੱਖ ਦਿਖਾਈ ਦਿੰਦੀ ਸੀ। ਕੀ ਉਹ ਵੀ ਉਸਨੂੰ
ਜਾਣ ਲਈ ਕਹਿਣਗੇ? "ਇਹ ਕੌਣ ਹੈ? ਇਹ ਕਿੱਥੋਂ ਆਇਆ ਹੈ?"
"ਇਹ ਜ਼ਰੂਰ ਅਵਾਰਾ ਹੋਵੇਗਾ। ਇਹ ਬਹੁਤ ਭੁੱਖਾ ਦਿਖਾਈ
ਦਿੰਦਾ ਹੈ," ਇੱਕ ਛੋਟੀ ਲੜਕੀ ਨੇ ਕਿਹਾ, ਅਤੇ ਉਸਨੇ ਬੱਸਟਰ
ਨੂੰ ਇੱਕ ਪੂਰੀ ਮਿੰਸ ਪਾਈ ਦੇ ਦਿੱਤੀ। ਉਹ ਇਸਨੂੰ ਇੱਕ ਬੁਰਕੀ
ਵਿੱਚ ਹੀ ਨਿਗਲ਼ ਗਿਆ।

The little dog? Everyone turned round,
and then looked down at their feet. Buster
gazed up at them, hunger pleading in his eyes.
Would they tell him to go away, too?
"Who is he? Where has he come from?"
"He must be a stray. He looks very hungry,"
said a small girl, and she gave Buster a whole
mince pie. He swallowed it up in one gulp.

ਬੁੱਢਾ ਮਿਸਟਰ ਮੈਰੀਡਿਊ ਘਰ ਵਿੱਚੋਂ ਬਾਹਰ ਆਇਆ ਅਤੇ ਬੱਸਟਰ ਵੱਲ
ਦੇਖਿਆ। ਕ੍ਰਿਸਮਸ ਲਈ ਇੱਕ ਕੁੱਤਾ! ਨਹੀਂ, ਕ੍ਰਿਸਮਸ ਲਈ ਹੀ ਨਹੀਂ। ਉਮਰ
ਭਰ ਲਈ ਇੱਕ ਕੁੱਤਾ!

"ਮੈਂ ਇਸਨੂੰ ਲੈ ਜਾਵਾਂਗਾ," ਉਸਨੇ ਕਿਹਾ। "ਇਸ ਤਰ੍ਹਾਂ ਲੱਗਦਾ ਹੈ ਕਿ ਇਸਨੂੰ
ਇੱਕ ਚੰਗਾ ਘਰ ਚਾਹੀਦਾ ਹੈ।"

ਉਸਨੇ ਆਪਣਾ ਹੱਥ ਬੱਸਟਰ ਵੱਲ ਕੱਢਿਆ, ਅਤੇ ਛੋਟਾ ਕੁੱਤਾ
ਡਰਦਾ ਪਿੱਛੇ ਹਟ ਗਿਆ।

"ਛੋਟੇ ਸਾਥੀ ਇੱਧਰ ਆਓ," ਮਿਸਟਰ ਮੈਰੀਡਿਊ ਨੇ ਪਿਆਰ ਨਾਲ਼ ਕਿਹਾ।
"ਸਾਡੀ ਦੋਨ੍ਹਾਂ ਦੀ ਚੰਗੀ ਕ੍ਰਿਸਮਸ ਹੋਵੇਗੀ, ਤੇਰੀ ਤੇ ਮੇਰੀ।"

Old Mr Merrydew came out of the house and
looked at Buster. A dog for Christmas! No, not just
for Christmas. A dog for life!
"I'll take him," he said. "It looks like he needs a good
home." He put out his hand to Buster, and the little
dog drew back, afraid.
"Come on, little fellow," said Mr Merrydew gently.
"We'll have a good Christmas together, you and I."